जांभळे आंबे

आणि

जंमत गोष्टी

वैशाली कार्लेकर

हे पुस्तक
माझं आहे.

____

____

मेहता पब्लिशिंग हाऊस

JAMBHALE AMBE ANI JAMMAT GOSHTI by Vaishali Karlekar

जांभळे आंबे आणि जंमत गोष्टी / बालसाहित्य
वैशाली कार्लेकर, फ्लॅट नं. १०, ए+बी, ए-विंग, राहुल कॉम्प्लेक्स,
कृष्णा हॉस्पिटलजवळ, पौड रोड, कोथरुड, पुणे ३८

© मेहता पब्लिशिंग हाऊस

प्रकाशक : सुनील अनिल मेहता
मेहता पब्लिशिंग हाऊस, १९४१, सदाशिव पेठ, माडीवाले कॉलनी, पुणे ३०.
☎ ०२०-२४४७६९२४
E-mail : info@mehtapublishinghouse.com
Website : www.mehtapublishinghouse.com

प्रथमावृत्ती : मार्च, २००८, ऑगस्ट २०१४,
पुनर्मुद्रण : एप्रिल, २०१८

मुखपृष्ठ व आतील चित्रे : खलील खान

ISBN 9788177669565

अनुक्रम

सशाचा स्वयंपाक

सिंबा हा खूप श्रीमंत सिंह होता. तो दिवसभर खूप काम करायचा. त्यामुळे त्याला स्वतःसाठी जेवण बनवायला वेळच मिळत नसे. मग स्वयंपाक करण्यासाठी एक स्वयंपाकी ठेवायचा त्यानं ठरवलं.

बनू ससा छान स्वयंपाक करायचा. त्यानं सिंबाला विचारलं, ''मी बनवू तुझ्यासाठी स्वयंपाक?''

सिंबा म्हणाला, ''आधी मी तुझी परीक्षा घेतो. आज तू माझ्या घरी स्वयंपाक कर, पण एक लक्षात ठेव. जेवण एकदम चवदार झालं पाहिजे. मी कामावरून परत येईन तेव्हा अगदी तय्यार असलं पाहिजे.''

बनू म्हणाला, ''ठीक आहे!''

सिंबा म्हणाला, ''बघ हं! नाहीतर मी तुलाच खाऊन टाकेन.''

थोड्या वेळानं त्यानं सिंबाच्या स्वयंपाकघरात जाऊन तयारीला सुरुवात केली. पण सिंबाचं बोलणं आठवल्यावर त्याला काळजी वाटायला लागली.

'आता काय करायचं? कसं करायचं?' असं म्हणत तो नुसताच बसून राहिला.

तेवढ्यात ओट्यावर खिडकीत आले पोपट, कबूतर आणि चिमणी. त्यांनी बनूला विचारलं, ''काय झालं बनू?''

बनूनं त्यांना सर्व सांगितलं. काय स्वयंपाक करावा तेही विचारलं. त्याबरोबर पोपट म्हणाला, ''अरे बनू, पंजाबी जेवण बनव, छान असतं.''

लगेच चिमणी म्हणाली, ''नको नको, दाक्षिणात्य पदार्थ कर, सिंबाला आवडेल.''

तेवढ्यात कबूतर म्हणालं, ''तू माझंच ऐक. सध्या चायनीज जेवणच सर्वांना आवडतं.''

सर्वांच्या वेगवेगळ्या सूचना ऐकून बनू अजूनच गोंधळून गेला. आधीच ठरवाठरवीत खूप वेळ गेला होता. 'स्वयंपाकाला उशीर झाला तर सिंबा आपल्याला खाऊन टाकेल' ही भीती होतीच.

शेवटी वैतागून तो म्हणाला, ''मला नीट काहीतरी मेनू सांगा ना!''

शेवटी त्यांनी सर्व प्रकारांतून चार पदार्थ ठरवले. लगेच बनूला 'अच्छा' करून तिघंही उडून गेले. बनूनं तयारीला सुरुवात केली. पण मग त्याच्या लक्षात आलं की त्या तिघांनी सुचवलेला मेनू तयार करायला बराच वेळ जाणार होता. एवढा वेळ तर त्याच्याकडे नव्हता.

अजून तासाभरातच सिंबा घरी येण्याची वेळ होणार होती. 'काय बरं करू या?' सिंबा विचार करायला लागला.

तेवढ्यात एक खारूताई उड्या मारत आली. तिनं बनूला काळजीत पडलेला बघून काय झालं ते विचारलं. बनूनं तिला सारं सांगितलं.

ती म्हणाली, ''अरे, तुला चांगला स्वयंपाक करता येतो ना! मग तुझं तूच ठरवायचं. जेवढ्या जास्त जणांना विचारशील तेवढा अजून गोंधळशील. तुला जो पदार्थ चांगला आणि झटपट करता येतो तो पटकन् करून टाक.''

खारूताईचं बोलणं ऐकून बनूच्या एकदम लक्षात आलं, 'आपण उगीचच इतरांचं ऐकत बसलो. आपण स्वतः विचार करतच नाही.' बनूनं मग सोपे पदार्थ ठरवले आणि पटकन् ते तयारही केले.

थोड्या वेळानं सिंबा घरी आला. त्याला खूप भूक लागली होती. बनूनं छानपैकी मोठ्या ताटात ते पदार्थ वाढले आणि सिंबाला नेऊन दिले.

पदार्थ खाऊन बघताच सिंबा एकदम खूष झाला. परत परत मागून घेऊन तो पोटभर जेवला. वेळेत आणि चविष्ट पदार्थ केल्याबद्दल त्यानं बनूचं खूप कौतुक केलं. मग काय! बनूला सिंबाकडे कायमचं स्वयंपाकाचं काम मिळालं.

तेव्हापासून बनूनं ठरवलं, 'इतरांचं फक्त ऐकून घ्यायचं. आपलं आपणच काय ते ठरवायचं.'

सरूची चोरी

एक होती खारूताई. तिचं नाव होतं सरू. सरू होती अगदी आळशी. कामं करणं, झाडावर चढून फळं शोधणं याचा तिला खूप कंटाळा होता. 'घरी बसून आयतं खायला मिळालं तर किती छान,' असं तिला रोज वाटायचं.

तिच्या घराजवळ मंकू माकड राहायचं. ते खूप काम करायचं. त्याचं एक आंब्याचं झाड होतं. त्या झाडाला खूप आंबे आले होते. मंकूनं एक दिवस काळजीपूर्वक ते आंबे काढले. घरात एका टोपलीत आणून ठेवले.

आश्चर्य म्हणजे या कामात त्याला आळशी सरूनं मदत केली. सरूनं काम करता करता

मंकूकडे किती आंबे आहेत, ते कुठं ठेवले आहेत हे बघून ठेवलं.

थोडे दिवसांनी आंबे पिकायला लागले. पण मंकूच्या लक्षात आलं, की रोज थोडे-थोडे आंबे कमी होतायत. सरू हळूच एक-दोन आंबे चोरून नेत होती. पण मंकूनं तिला प्रत्यक्ष आंबे चोरताना पाहिलं नव्हतं. त्यामुळे तो काहीच करू शकत नव्हता.

सरूच्या लक्षात आलं की, काहीही काम न करता अशी चोरी करणं फायद्याचं आहे.

मग ती इतर प्राण्यांच्या घरातही चोरी करायला लागली. कधी छोटू अस्वलानं केलेल्या छान पदार्थांवर चोरून ताव मारायची. कधी चंदू मांजरानं ठेवलेलं दूधच पिऊन टाकायची.

एकदा बंडू अस्वलाच्या वाढदिवसाची मेजवानी होती. बंडू अस्वलानं सर्व मित्रांसाठी छान छान पदार्थ तयार केले होते. सर्व मित्र मेजवानीसाठी हजर झाले.

बंडू पदार्थ आणायला स्वयंपाकघरात गेला तर काय? सर्व भांडी रिकामी! कुणीतरी सर्व पदार्थ चोरून नेले होते.

लगेच सर्वांनी ठरवलं की त्रास देणारा हा चोर शोधून काढायचाच! प्रत्येकानं एक-एक दिवस पहारा द्यायचं ठरवलं.

लबाड सरूनही सांगितलं, ''मी एक दिवस पहारा देईन, चोराला शोधण्यासाठी मीही मदत करीन.''

त्या दिवसापासून सर्व प्राण्यांचा पहारा सुरू झाला. पण सरूची झाली पंचाईत! दोन दिवस ती उपाशीच राहिली. तिसऱ्या दिवशी सरूनं

पहारा द्यायचा होता.

सरू चोरी करण्याची संधी शोधतच होती. मंकू माकड बाहेर जाण्याची तयारी करत होतं. सरू तिथेच थांबली. मंकूच्या लक्षात आलं. तो मुद्दाम म्हणाला, ''सरू, जरा लक्ष ठेव हं. मी बाहेर जातोय.''

सरूला हेच हवं होतं. मंकू बाहेर गेल्याचं पाहून ती घाईघाईनं त्याच्या घरात शिरली. मस्त पिकलेल्या आंब्याचा तिनं एक चावा घेतला. ती आंबा खाणार तोच... मंकूनं मागून येऊन तिला पकडलं.

''चोर सापडला! चोर सापडला!'' मंकू जोरात ओरडला.

त्याबरोबर सर्व प्राणी धावत मंकूकडे आले.

त्यानं चोरून आंबा खाणारी सरू सर्वांना दाखवली. चोर पकडला गेला.

सारे एकसुरात ओरडले, ''सरूनं ज्या ज्या घरात चोरी केली आहे त्या सर्व घरांत तिनं आठ दिवस भरपूर काम करायचं, मदत करायची. मगच तिची शिक्षा पूर्ण होईल.''

सरूलाही आपली चोरी पकडली गेल्यामुळे खूप लाज वाटत होती.

थोडे दिवसांनी ही आळशी आणि चोरी करणारी सरू सर्वांचीच छान मैत्रीण झाली.

अनुभवाचं मोल

एका सुंदर समुद्रकिनारी खूप गरुड पक्षी राहत होते. त्यातल्या एका गरुडाचं नाव होतं नेहा. सर्व गरुड किटू नावाच्या एका म्हाताऱ्या गरुडाचं ऐकत. किटू खूप अनुभवी होता. ते गरुड त्या किनाऱ्यावर आनंदात राहात होते. तिथेच एका मोठ्या दगडाच्यावर त्यांनी त्यांची घरटी बांधली होती.

एक दिवस, सर्वजण किनाऱ्यावर उडत असताना एक मोठी लाट दगडावर आपटताना दिसली. ती लाट खूपच मोठी होती. गरुडांच्या घरट्यांपासून थोड्याच अंतरावरून ती परत गेली. किटूनंही ती लाट पाहिली.

तो म्हणाला, ''अगदी लहान

असल्यापासून मी इथे राहातो आहे, पण एवढी मोठी लाट मी कधीच पाहिली नाही. बहुतेक समुद्राची पातळी वाढतेय. आपल्याला आपली घरटी किनाऱ्यापासून अजून लांब सुरक्षित जागी बांधायला हवीत.''

नेहाचा किटूच्या बोलण्यावर विश्वास बसला नाही. तिनं किटूला विचारलं, ''समुद्राची पातळी कशी वाढेल?''

किटूनं तिला सर्व व्यवस्थित समजावून सांगितलं. शिवाय हेही सांगितलं, ''दरवर्षी समुद्राची पातळी थोडी थोडी वाढते आहे हे मला इतर भागांत राहणाऱ्या गरुडांकडून कळलं आहे.''

तरीही नेहा किटूचं म्हणणं ऐकायला

तयार झाली नाही.

लवकरच सर्व गरुड किटूच्या सांगण्याप्रमाणे किनाऱ्यापासून थोड्या लांब जागी घरटी बांधायला लागले. पण नेहा किनाऱ्यावरच्या घरट्यातच राहात होती. हळूहळू सर्व गरुडांनी त्यांच्या नव्या घरट्यांत अंडी घातली. नेहानं मात्र तिच्या आधीच्याच घरट्यात अंडी घातली.

एके दिवशी सकाळपासूनच वादळी वारा आणि मोठमोठ्या लाटा किनाऱ्यावर धडकू लागल्या. नेहा तिच्या घरट्यात बसून लाटा पाहत होती. लाटा नेहमीपेक्षा खूप मोठ्या

होत्या. लाटांचं पाणी नेहाच्या घरट्यापर्यंत येऊ लागलं. नेहाला घरट्याची, अंड्यांची काळजी वाटायला लागली. पण तोपर्यंत खूप उशीर झाला होता.

शेवटी एका मोठ्या लाटेनं नेहाचं घरटं, तिची अंडी वाहून गेली. नेहा घरटं वाचवू शकली नाही. कसाबसा जीव वाचवून नेहा उडत उडत किनाऱ्याकडे गेली.

तिथे किटू आणि इतर गरुडमित्र लाटा लांबून पाहत असलेले तिला दिसले. ती उडत उडत त्यांच्याकडे गेली. त्यांना बघताच तिला रडू कोसळलं. ती म्हणाली, ''मी तुमचं, किटूचं ऐकलं नाही याची मोठी शिक्षा

मला मिळाली. आज लाटांनी माझं घरटं, माझी अंडी वाहून गेली.''

किटू आणि इतर सारे तिला समजावत म्हणाले, ''नेहा, जाऊ दे. तुझा जीव वाचला ना? आता आम्ही इथे तुला नवं घरटं बांधायला मदत करू. तू आता इथल्याच घरट्यात अंडी घाल. ही जागा आपल्यासाठी खूप चांगली आहे.''

नेहानं त्यांचं ऐकलं. तिथेच नवं घरटं बांधलं. 'काहीही ठरवताना मोठ्यांनी सांगितलेलं ऐकावं,' हे आता तिला पटलं होतं.

स्वार्थी नंदू

नंदू माकडाला एका झाडावरून दुसऱ्या झाडावर भराभर उड्या मारता येत. झाडाच्या सर्वांत उंच फांदीवरची फळंही त्याला सहज काढता येत. इतर कोणत्याही माकडाला नंदूइतकं उंच चढता येत नसे. त्यामुळे नंदूला स्वतःच्या हुशारीचा खूप गर्व झाला होता. तो अगदी स्वार्थी बनला होता. कुणालाही मदत करत नसे.

त्याच्या जवळच चिनू माकड आणि तिचं पिल्लू मिटू राहत असे. चिनू आणि मिटू सर्वांशी प्रेमानं वागायचे.

एक दिवस खेळता-खेळता मिटू माकड शिकाऱ्यांनं लावलेल्या एका जाळ्यातच अडकलं. अडकल्याबरोबर ते घाबरून ओरडायला लागलं, "आई, आई, मी अडकलो, मला सोडव, लवकर ये आई.''

इकडे मिटू बराच वेळ घरी आला नाही म्हणून चिनू त्याला शोधायला बाहेर पडली. तिला त्याचं ओरडणं ऐकू आलं. ती धावतच मिटूला सोडवायला गेली. पण जाळं खूप मजबूत होतं. तिला काही मिटूला सोडवता येत नव्हतं.

तेवढ्यात तिथून नंदू माकड उड्या मारत जाताना दिसलं. तिनं नंदूला मदतीसाठी बोलावलं.

खरंतर नंदूनं आधीच मिटूला

जाळ्यात पडताना बघितलं होतं. पण तेव्हाही त्यानं काही मदत केली नव्हती. मिनूनं त्याला बोलवल्यावरही ते गेलं नाही. उलट चिनूला म्हणालं, ''मिटूनं आधीच काळजी घ्यायला हवी होती. आता त्याला चांगला धडा मिळाला. मी काही त्याला सोडवायला येणार नाही.'' असं सांगून नंदू माकड तिथून निघून गेलं.

चिनूनं जाळं तोडायचा खूप प्रयत्न केला. शेवटी दातानं तिनं एकटीनं जाळं तोडलं आणि आपल्या पिल्लाला सोडवलं. घाबरलेल्या मिटूला घेऊन ती घरी गेली.

काही दिवसांनंतर, एका शिकाऱ्यानं धातूचा सापळा लावला. उड्या मारता-मारता एक दिवस अचानक नंदूचा पाय सापळ्यात अडकला. सापळा बंद झाला. नंदूचा पाय सापळ्यात अडकल्यामुळे खूपच दुखायला लागला. उड्या मारणं तर दूरच पण त्याला चालताही येईना. तो जोराजोरात मदतीसाठी ओरडायला लागला.

चिनू आणि मिटू तेव्हा तिथूनच चालले होते. त्यांचं लक्ष नंदूकडे गेलं. नंदू जोराजोरात किंचाळत होता. चिनूला नंदूचं वागणं आठवलं. पण तिनं

विचार केला, ''यानं मला मदत केली नसली तरी मी त्याला मदत करायला हवी.''

ती लगेचच नंदूकडे गेली. तिनं आणि मिटूनं दगड आणून सापळा तोडला. हळूच नंदूचा पाय सोडवला.

सापळ्यातून सुटल्यावर नंदूला खूप आनंद झाला. आपल्या स्वभावाची लाजही वाटली. त्यानं चिनू आणि मिटूची मनापासून माफी मागितली. तेव्हापासून नंदू सर्वांना मदत करायला लागला.

जांभळे आंबे

अनू आणि सोनू नावाच्या दोन छोटुकल्या खारूताई होत्या. अगदी जिवलग मैत्रिणी. जवळच्या आमराईमधे या झाडावरून त्या झाडावर सरसर पळायच्या. लपाछपी खेळायला त्यांना खूप आवडायचं.

या आमराईमधे त्यांचा एक छान दोस्त झाला होता. त्याचं नाव होतं मंगू. हा मंगू म्हणजे कोण माहितेय? ते होतं जांभळ्या रंगांच्या आंब्यांचं एक वेगळंच झाड. त्या भागात ते एकच जांभळ्या आंब्याचं झाड होतं.

अनू, सोनू आणि मंगू हे तिघंजणं रोज भरपूर खेळायचे, गप्पा मारायचे. मंगू आपल्या फांद्या हलवून पिकलेले रसाळ आंबे या दोघींना खायला द्यायचा.

एकंदा काय झालं! सोनू आणि अनू मंगूच्या फांद्यांवर खेळत होत्या. अचानक जोराचा वारा यायला लागला.

मंगूनं ओळखलं, की आता थोड्या वेळातच वादळ येणार. तो अनू-सोनूला म्हणाला, "तुम्ही दोघी लवकर घरी जा. वादळ येणार असं दिसतंय."

अनू-सोनूला अजून खेळायचं होतं. त्या म्हणाल्या, "हे काय रे! आम्ही पण थांबतो ना वादळ बघायला! तुझ्या फांद्यांवर बसलं की आम्हाला काही होणार नाही."

मंगू म्हणाला, "ऐका माझं. हे मोठं वादळ आहे. तुम्ही आता घरीच जा. उद्या वादळ थांबल्यावर

आपण खूप खेळू.'' शेवटी मंगूचं ऐकून दोघीही घरी गेल्या.

थोड्या वेळानं त्या आमराईत मोठं वादळ आलं. जोराच्या वाऱ्यामुळे सर्व झाडं गदागदा हलत होती. मंगूचेही खूप आंबे खाली पडले. बराच वेळ वादळ थांबलं नाही. मंगू आपल्या मुळ्यांनी जमिनीला घट्ट धरून ठेवण्याचा प्रयत्न करत होता. पण वाऱ्याच्या जोरापुढे त्याचं काहीच चालेना.

धा..डकन् आवाज करत शेवटी मंगू खाली जमिनीवर कोसळला. आमराईतले त्याचे काही मित्रही असेच मुळापासून उखडून पडले होते. काही झाडांच्या फांद्याही तुटल्या होत्या.

सकाळ झाली. रात्रभर घोंघावणारं वादळ आता शांत झालं होतं. आमराईत सगळीकडे पडलेले आंबे, तुटलेल्या फांद्या, पडलेली

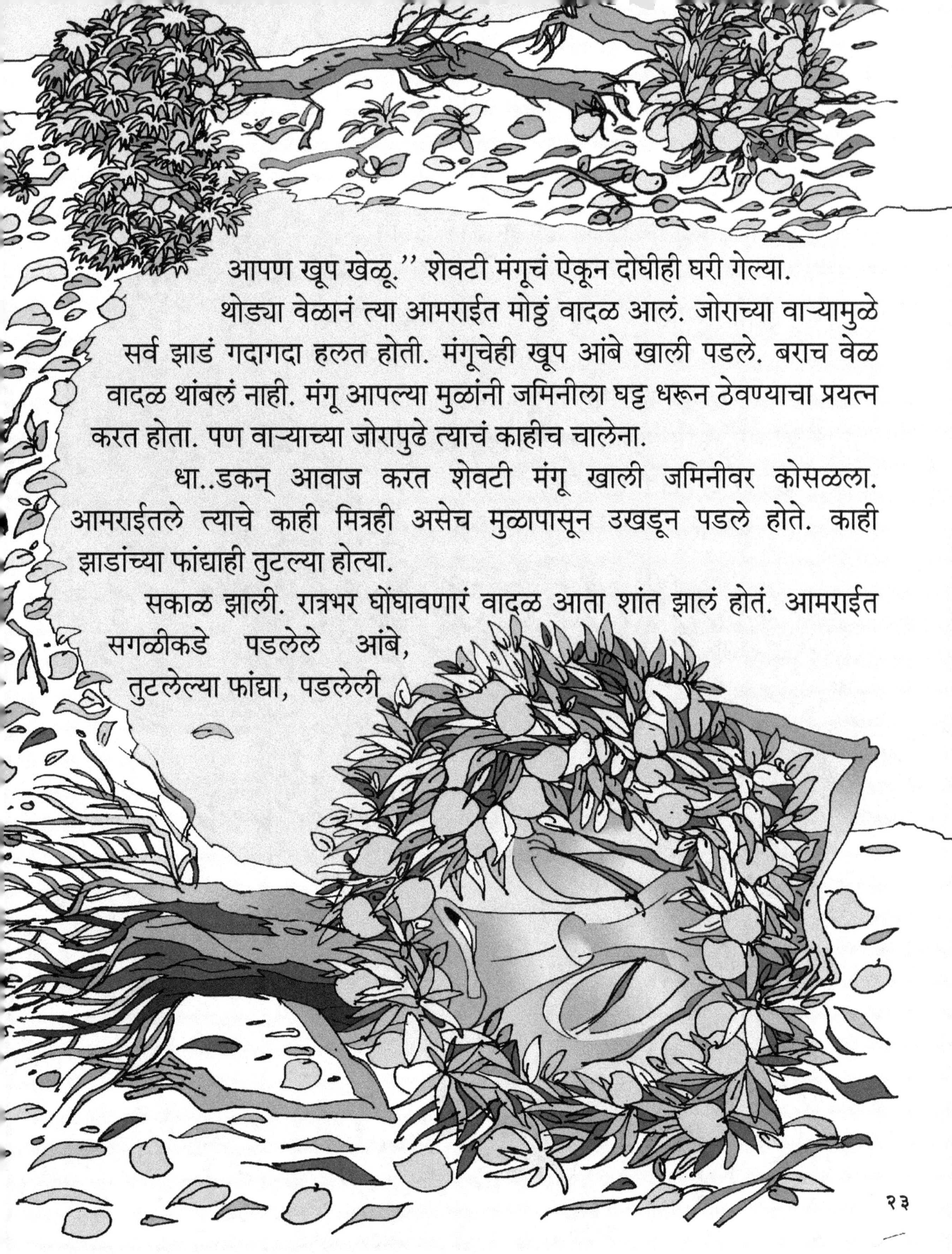

झाडं दिसत होती.

अनू-सोनू धावतच मंगूला भेटायला आल्या. मंगूचं झाड जमिनीवर आडवं झालेलं पाहून त्यांना खूप वाईट वाटलं.

''आपण मंगूला पुन्हा उभं करू या का?'' अनू सोनूला म्हणाली.

मंगू हसत म्हणाला, ''अनू-सोनू, मला आता पुन्हा उभं राहता यायचं नाही. मी तुम्हांला खरंच आवडतो ना, मग एक काम करा. म्हणजे मी तुम्हांला पुन्हा भेटेन.''

''अरे मंगू, सांग ना मग! आम्ही तुझं काम नक्की करू!'' दोघीही खूष होत म्हणाल्या.

मंगू म्हणाला, ''माझ्या जांभळ्या

आंब्याची जात खूप दुर्मीळ आहे. त्यामुळे ही जात टिकावी आणि वाढावी असं मला खूप वाटतं. त्यासाठी तुम्हीच मदत करा. तुम्ही माझ्या फळांपासून रोपं तयार करा आणि ती वाढवा. म्हणजे माझी जात खूप वर्ष अशीच टिकून राहील.''

अनू आणि सोनूला ते एकदम पटलं. त्यांनी मंगूचे आंबे गोळा केले. त्यांच्या कोयी, रोपं तयार करण्यासाठी चांगल्या जमिनीत पुरून ठेवल्या. थोड्या दिवसांतच मंगूच्या आंब्यांची कोवळी रोपं उगवली.

अनू आणि सोनूनं त्यांना खतपाणी घालून त्यांची छान निगा राखली. लवकरच ती रोपं छान वाढली.

आता मंगूचं मोठं झाड जरी नसलं तरी मंगूच्या त्या बाळांशी म्हणजेच रोपांशी खेळायला सोनू आणि अनू न चुकता रोज आमराईत जातात बरं का!

मिनू-टिनू

मिनू नावाची एक सुंदर रंगीत चिमणी
होती. तिला उंच उडायला आवडायचं.
त्या जंगलात पक्ष्यांची एक छोटीशी
शाळा होती. बगळेताई त्या शाळेत
शिकवत असत. मिनूला या शाळेत
जायलाही खूप आवडायचं.

ती मनापासून अभ्यास करायची. घरचा अभ्यासही नेहमी पूर्ण करायची. म्हणूनच बगळेताईंची ती आवडती होती. त्या नेहमी तिचं कौतुक करायच्या.

तिच्याच वर्गात टिनू नावाची एक आळशी चिमणी होती. तिचा अभ्यास कधीच झालेला नसायचा. बगळेताई तिला सारख्या ओरडायच्या. टिनूला शहाण्या मिनूचाही खूप राग यायचा. मिनूचं कौतुक केलेलं

तिला मुळीच आवडत नसे.

एक दिवस टिनूचा घरचा अभ्यास झालेला नव्हता. त्या दिवशी वर्गातल्या परीक्षेतही ती नापास झाली. बगळेताईंनी तिला वर्गासमोर उभं राहायला सांगितलं. आळशीपणाबद्दल ताई तिला खूप ओरडल्या.

त्या म्हणाल्या, "टिनू, ती मिनू बघ किती शहाणी आहे. नेहमी तिचा अभ्यास पूर्ण असतो."

मग काय! टिनूचा मिनूबद्दलचा राग अजूनच वाढत गेला.

टिनूनं एक दिवस मिनूचा डबाच लपवून ठेवला. मिनूला त्या दिवशी उपाशीच राहावं

लागलं. हळूहळू परीक्षा जवळ आली. एकदा टिनूनं मिनूची अभ्यासाची वहीच फाडून टाकली. पुस्तकं लपवली. पेन आणि पेन्सिलही चोरली. मिनूला अभ्यासाला पुस्तकं मिळाली नाहीत, वही नाही नि पेन-पेन्सिलही नाही.

मिनूला माहीत होतं, की टिनूच हे सर्व करतेय. टिनूला शिक्षा होऊ नये म्हणून तिनं बगळेताईंकडे तक्रार केली नाही.

वही-पुस्तक नसल्यामुळे तिचा अभ्यास होत नव्हता. परीक्षेतही मिनूला खूप कमी गुण मिळाले. ताईंना मिनूमधला हा फरक बघून आश्चर्यच वाटलं. त्यांनी तास संपल्यावर मिनूला जवळ बोलावलं. तिला विचारलं, ''काय झालं?''

ताईंनी असं प्रेमानं विचारल्यामुळे मिनू खरं कारण लपवू शकली नाही. टिनूनं कसा त्रास दिला ते तिनं ताईंना सांगितलं.

बगळेताईंच्या सारं काही लक्षात आलं. त्या म्हणाल्या, ''मिनू, टिनूला तुझा राग येतो म्हणून ती असं करते. ती लहान आहे, तुझी वर्गमैत्रीण आहे म्हणून आपण एक करू या. आपण सर्वांनीच तिच्याशी चांगलं वागू या. ती आपोआप सुधारेल.''

ही युक्ती सफल झाली. मिनूनं टिनूशी मैत्री करून तिला अभ्यासाची सवय लावली. बगळेताईंनीही टिनूचं कौतुक करून तिला प्रोत्साहन दिलं. तेव्हापासून टिनू-मिनू दोघी सारख्या एकत्र राहायला लागल्या.